Ang Bulbul atbp.

W. J. Manares

Ukiyoto Publishing

All global publishing rights are held by

Ukiyoto Publishing

Published in 2023

Content Copyright © W. J. Manares

ISBN 9789360163891

*All rights reserved.
No part of this publication may be reproduced,
transmitted, or stored in a retrieval system, in any
form by any means, electronic, mechanical,
photocopying, recording or otherwise, without the
prior permission of the publisher.*

The moral rights of the authors have been asserted.

*This is a work of fiction. Names, characters,
businesses, places, events, locales, and incidents are
either the products of the author's imagination or
used in a fictitious manner. Any resemblance to
actual persons, living or dead, or actual events is
purely coincidental.*

*This book is sold subject to the condition that it shall
not by way of trade or otherwise, be lent, resold,
hired out or otherwise circulated, without the
publisher's prior consent, in any form of binding or
cover other than that in which it is published.*

www.ukiyoto.com

Para kay Pepe

KATIPUNAN NG KALIBUGAN

Ang "Bulbul" ay isang uri ng ibon.

Ang mga Tulang Erotika na napapaloob sa aklat na ito ay pawang kathang-isip lamang at walang balak na mang-insulto, mang-api o makapanakit sa iba.

Kung maaari lamang ay huwag ipabasa sa may makikitid na utak at lalung-lalo na sa mga bata at mga isip-bata.

Contents

Ang Bulbul	1
Prutas	3
Basa	5
Panaginip	7
Nilaga	9
Rosas	11
Wamepake	13
Butikiller	15
Kalikasan	17
Bukang-bukang Liwayway	19
Hiwaga	21
Mamaya Na	23
Talsik	25
Panloloob	27
Palagay	29
Palabas	31
Sa Lalawigan	33
Himig ng Kantutan	35
Boso	37
Hipo	39

Talaba 41

About the Author 42

Ang Bulbul

Hindi na yata kikinis,
Ni ito ay ninipis.
Minsan ay pandungis,
Sa hiwang matamis.

Ibon daw ito sa ibang bayan,
Mabuhok at 'di pangkaraniwan,
O hirang, aking tatabasan,
'Wag mo lang akong iwanan.

Hindi na yata lalago,
Balahibo kong liku-liko,
Titi kong nakatayo,
Ingatan mo't itago.

Ang bulbul na nagpapasaya,
Kiliti ang dulot nila,
Sa damdamin ng bawat isa,
Kaya't sana' y kumapal pa.

Prutas

Tumungo sa bukid upang magnilaynilay,
Napadaan sa mga dalagang naliligo sa ilalim ng tulay,
Naaaninag sa malinaw na tubig ang kanilang mga puday,
Sumigla ang dugo ko at ako'y nagkabuhay.

Nagkakulay ang mundo ko dahil sa mga binibining nakahubo,
Napilitang magsalsal sa di-kalayuang kubo,
Habang nakatanaw sa malayo at baka may tao,
Nilabasan ako ng sandamukal na likido.

Lingid sa aking kaalaman
Sa akin pala'y may natatakam,
Isang dalaginding sa ibabaw ng punong Rambutan,
Nakatulala ito at tinititigan
Ang titi kong nilalaro ay kanyang natunghayan.

Doon sa itaas ng namumungang kahoy,
Hinihimas niya ang nag-iisang Rambutang nag-uumapoy,
Humahalingling siya sa kuryenteng dumadaloy,
Abot sa akin ang malinamnam nitong amoy.

Nagparaos na mag-uli sa pagkamangha,
Nagdulot ng kiliti ang aking nakikita,
Pinagnasaan namin ang isa't isa,
Ang sugat niya'y naglalawa, ang batuta ko'y lumuluha.

Basa

Mga aklat na nakasalansan sa bookstore ay hindi mabilang,
Kaysarap ng amoy ng lumang tindahan,
Ngunit hindi papel o mga babasahin,
Ang aking nasisinghot ay pepeng nakahain.

Nakaluhod ako habang naghahanap ng aklat na pinapangarap,
Katabi ko ang babaeng ubod ng sarap,
Pumasok sa ilong ko ang langit,
Hanging nagmumula sa malagkit niyang singit.

Sinubukan kong ilapit pa ng bahagya
Ang aking nakangising mukha,
Upang lalo kong maranasan ang paraiso,
Mula sa gitna ng dalawang hitang mabalahibo.

Timirik ang aking mata pati na ang aking sandata,
Mukhang kagagaling lang niya sa gyera,
Lalong lumakas ang taglay niyang aroma,
Sa bawat pagdampi ng aking bunganga.

Panaginip

Mga babaeng walang saplot,
Sa akin sila'y nakapalibot,
Sa mata nila'y may pagnanasa,
Mga puke nila'y naglalawa.

Lumapit sa akin ang pinakamatanda,
Balingkinitan ito at kaaya-aya,
May kaunting bulbol ang kanyang ari,
Ang halimuyak nito ay nakakawili.

Sumunod naman ang tatlo pa,
Himas-himas nila ang kanilang mga hiwa,
Burat kong kawawa ay nagalit,
Pinagpapalo ko ang kanilang mga puwet.

Pinahawakan ng isa ang kanyang puday,
Pinahimod naman nga isa ang kanyang monay,

Halos mawalan ako ng ulirat,
Kinantot ko na silang lahat.

Ngunit hindi pa rin ako nilabasan,
Hanggang sa ako'y matauhan,
Hindi ako makahinga at nanlalambot,
Mabuti't nagising sa isang bangungot.

Nilaga

Pinagtiyagaan panloob ng dalaga,
Nakalimutan niya sa banyo ang panty niyang pula,
Sinimsim ko ang bahaging dumikit sa kanyang mani,
May kakaibang sensasyon na sa aki'y nagpangiti.

Sadyang nakakaalis ng kalungkutan,
Ang amoy ng telang nasa kalagitnaan,
May tira-tira pang luha ng pananabik,
Na sa mga mata ko'y nagpatirik.

Kakaiba ang dulot ng naiwang saplot,
Nakakagigil at nakakakilabot,
Sa isang iglap, langit ay naabot,
Dugo ko'y tumaas, tuhod ko'y nanlambot.

Sa tuwing papasok sa banyo'y lagi ng nag-aabang,

Nawa'y may panty na namang maiwan,
Upang akin muling maranasan,
Ang tunay na kaligayahan.

Rosas

Kaharap ko ang babaeng ubod ng ganda,
Sa sinasakyang jeep ako'y natulala,
Sa kanyang suot na maiksing palda,
Tinigasan ako at napanganga.

Habang sinisipat ko ang kanyang kakinisan,
May isang lihim akong nalaman,
Tungkol sa kanyang panloob na kasuotan
Na lalong nagpaigting sa aking kalibugan.

Pinagbuti ko pa nga ang pagmamasid,
Ang makipot na balon ay aking sinisid
At akin ngang napatunayan at nabatid,
Ang kulay ng kanyang panty ay red.

Tunay ngang kahanga-hanga ang ganitong babae,
Bakat ang pamamasa ng kanyang puke,
Katas niya'y gumuguhit sa gitna ng panty,
Sana'y ganito ang matanaw ko parati.

Wamepake

Sa kiliti ng pagpindot sa mani,
Tunay ngang hindi mapakali,
Tila nababaliw, para bagang natotorete,
Sa sarap, lungkot ay napapawi.

Hahamakin ang lahat, magiyagis lamang,
Itong kuntil na nakaumang sa aking harapan,
Daig pa ang nanalo sa paligsahan,
Sa dulot nitong kakaibang kaligayahan.

Nanginginig ang balakang, napapaangat ang puwet,
Kuryente'y dumadaloy, damang-dama ang lagkit,
Kusang umaagos ang mahalimuyak na pang-akit,
Sa paglubog ng daliri ay namimilipit.

Sa tuwing nalilibugan, alam ko na ang dapat gawin,

Dadako sa silid at pekpek ko'y gagalawin,
Sabihin man nilang ako'y 'di na birhen,
Walang pakialam, sarili ko'y aararuhin.

Butikiller

Simula pagkabata,
Ako'y mamamatay-butiki,
Patay ang butiki,
Doon sa kisame.

Maaga akong gumigising,
Upang magpalindol,
Yumayanig na nga ang paligid,
Sasabayan pa ng pag-ungol.

Iuunat ang mga paa,
Sasayangin ang gata,
Gatas na nagmumula,
Sa aking kargada.

Ipinanganak akong isang mamamatay-butiki,
Kaya't 'wag na 'wag kang magkakamali,

At makinig kang maigi,
Itago mo na ang iyong mani!

Kalikasan

Sa ilalim ng kagubatan,
May butas ng kadiliman,
Malaki, malawak, at maluwang,
Nais pasukin ninuman.

Papasukin ang maitim na butas,
Kahit hindi na makalabas,
Palalim, pailalim, walang wakas,
Bibilisan ko pa, tila wala ng bukas.

Sa gitna ng tinapyas na burol,
May namataang nakabukol,
Ito'y aking pinalakol,
Habang hininga'y pilit na hinahabol.

Pinaspasan ko pa nga ang pagbiyak,
Kahit burat ko'y mangiyak-ngiyak,

Sulit naman sa sobrang sarap,
Akin pa rin ang huling halakhak.

Bukang-bukang Liwayway

Mga mata'y ipikit,
Tiisin ang sakit,
Humawak ng mahigpit,
Parating na sa langit.

Pagdating sa langit,
Mawawala ang sakit,
Mga mata'y titirik,
Sa sarap mamimilipit.

Mga mata'y imulat,
Tiisin ang sugat,
Humawak sa ugat,
Parating na sa dagat.

Pagdating sa dagat,
Mawawala ang alat,
Mga mata'y didilat,
Sa sarap ay aangat.

Hiwaga

Nagsimula ang lahat,
Noong makita kitang hubo't hubad,
Isang pakiramdam na hindi maikubli,
Namuo ang libog, tumigas ang titi.

Nararanasan ko ito sa araw-araw,
Tinitigasan ako kahit walang ikaw,
Tama lang bang laruin ang balaraw?
Baka duguin ako at biglang malusaw.

Sa paggising sa umaga, hindi pa nga nakakamulat,
Magsasalsal na ako, katawan ko'y iuunat,
Hawak ko ang palasong napakalaki,
Iniisip ka, hindi ako mapakali.

Ito'y isang hiwaga na sa akin ay pumupukaw,

At alam kong nararanasan din ng iyong mga manliligaw,

Ngunit ang tangi kong pangarap, nawa'y balang-araw,

Sa puke mo, O, Hirang, sibat ko lamang ang makakatampisaw.

Mamaya Na

Mamayang gabi, doon sa ilalim ng punong saging,
Tayo'y muling magkita upang hindi tayo mabitin,
Kakangkangin ka hanggang sa pagtilaok ng tandang,
Tatamuran ka sa gitna ng iyong balakang.

Mamayang takip-silim, ihanda na ang iyong pekpek,
Sa dahilang nauulol na ako at burat ko'y kanina pa tumitirik,
Hayaan mo akong kantutin ka na parang Haribon,
Ibubuga sa sinapupunan mo ang tamod na naipon.

Mamayang dapit-hapon, lulusungin ko ang iyong balon,
Isang balong malalim sa ilalim ng iyong puson,
Mga mata nating dalawa'y tiyak na titirik,
Damhin natin ang sarap ng ating pagtatalik.

Mamaya sa pagkagat ng dilim, ikaw ay aking aangkinin.

Puke mong malaki ay aking dudurugin, wawaratin,

Tunay ngang nakakabaliw ang manabik sa iyot,

Bumangon ka na, hirang, bakit ka pa nakakumot?

Talsik

Habang ako'y nasa kubeta,
Naalala ko ang iyong kuweba,
Kamusta na kaya ang iyong tinggil?
Nag-uumapaw ang pananabik, ako'y gigil na gigil.

Sana'y hindi mo pa nalimutan,
Ang mga nakaraan nating kantutan,
Sa isipan mo nawa'y patuloy na tumatak,
Ang bawat pawis at tamod nating pumatak.

Paminsan-minsa'y napapajakol,
Sa t'wing naaalala ang iyong pag-ungol,
Pagtatalik nating kagilagilalas,
Kayod-kalabaw, said ang katas.

Kung sino man ngayon ang iyong kaniig,
Puday mo'y magsasawa rin sa kaniyang dilig,
At muling babalik ang libog mo sa akin,
Kailan mo ba ako muling patatalsikin?

Panloloob

Dahan-dahan kong pinagapang,
Ang kamay ko sa kaniyang higaan,
Patungo sa kaniyang hitang may kaputian,
Paakyat sa makinis na kalangitan.

Bigla siyang nagising sa pagkahimbing,
Nagpupumiglas na tila praning,
Nakakalulang kamunduhan ang bumalot,
Sa puke niyang matambok at makipot.

Nang dumampi ang dulo ng daliring marahas,
Na tila baga isang mabangis na ahas,
Ang hiwa niya ay nanlata at dumulas,
Kaluwalhatian sa mukha niya ay bakas.

Ipinagpatuloy ko ang aking pagnanakaw,
Hindi palalampasin ang maselang pagkalusaw,

Dinadama ang bawat panginginig at indayog,
Nang kaloob-looban niyang puno na ng libog.

Palagay

Dahil sa aking halik,
Ika'y nanlagkit,
Napaliyad mandi't,
Mata'y tumirik.

Dahil sa aking haplos,
At makiliting yapos,
Paghinga ay kinapos,
Nang katas mo'y umagos.

Dahil sa aking pagtitig,
Pumintig ang iyong dibdib,
Kahit walang banig,
Tiyak na ika'y hihilig.

Dahil sa aking yakap,
Pepe mo'y napasinghap,

Langit ay nalasap,
Tunay ngang masarap.

Palabas

Gumiling ka at naakit ako,
Kahit pa na hindi ko nakikita ang mukha mo;
Patuloy kitang pinapantasya,
Tamod ko'y nagkalat sa aking kama!

At tumuwad ka pa sa aking harapan,
Kahit inaantok, naaalimpungatan;
O, kaytambok ng iyong namumulang hiyas,
Burat ko'y nanginginig at katas ko'y lumabas!

Sa oras ng iyong pagbukaka,
Ako'y napapadila at tarugo'y dumura;
Kamay ko'y pagod man sa kakasalsal,
Ako'y nabihag at sa'yo'y napamahal!

Nawa'y dumating ang araw na ika'y makasama,
Makantot sa magdamag o kaya'y magahasa;

Hindi ko sasayangin ang mga sandali,
Maiging ibabaon sa'yo ang matigas kong titi!

Sa Lalawigan

Bumuka ang yungib sa ilalim ng gubat,
Pumasok ang ahas na puno ng ugat;
Tumayo ang dalawang bato sa ibabaw ng burol,
Umulan ng gatas, mga butiki'y napa-"Sanaol".

Malaki't mahabang tuod na may hiwa sa dulo,
Hawak-hawak ng nagdedeliryong ermitanyo;
Naglalaway ang mangkukulam sa kakaibang lasa,
Tunay na masarap ang gatang pangmasa.

Ang ibong mandaragit ay tumindig,
Nahulog sa patibong na nasa banig;
Bulaklak sa parang ay muling nadiligan;
Nang sinipag kumayod itong si Pareng Juan.

Halika na, Irog, sa aking barung-barong,
Iyong pagsawaan ang sariwa kong talong;

Ipatikim mo sa akin ang hinog mong kamyas;
Hihigupin ko ito kahit hindi makatas.

Himig ng Kantutan

Kahit saan tumingin, puke mo ang nakikita,
Tulog man o gising, puno ng pagnanasa;
Pinagnanasaang ang tinggil mo'y muling masipsip;
Pumaroo't parito man, kamunduhan ang iniisip.

Kahit saan bumaling, hiwa mo ang asam,
Nananamlay ang diwa kapag hindi ka matikman;
Tulo-laway, ang paa'y nakaunat,
Jakol dito, jakol doon, salsalang walang puknat.

Kahit ano'ng makita, burat mo ang hugis,
Nalilibugan din ako kahit medyo naiinis;
Hindi magawang hindi ka pantasyahin,
Ilililis ang panty ko at mani'y lalaruin.

Kahit ano'ng kainin, iyo't iyon pa rin,
Nalalasahan ko ang tamod mong inangkin;

Naaalala ang tamis ng iyong titi,
Araw-araw ako'y tigang, naglalawa aking kiki.

Tayo na, aking Sinta, sabay nating awitin,
Ang himig ng kalibugan na paborito natin;
Malayo man tayo sa isa't isa, tayo ay kumanta,
Damhin ang alaala ng kantutang kaysaya.

Boso

Nakita kitang walang saplot,
Nakahiga, nakabukaka.
Kahit malamig ay wala kang kumot,
Pekpek mo'y basang-basa.

Napansin kitang may kinakawkaw,
Isang bahagi sa iyong katawan.
Puke mong sumasabaw,
Kailan ko kaya matitikman?

Naaaninag sa dilim ng gabi,
Walang puknat sa pagkakalikot.
Matambok mo't makinis na kiki,
Kailangan kong makantot.

Nasilip ko ang apoy na nagniningas,
Titi ko'y kusang lumiyab.

Ang pagpulandit ng malapot kong katas,
Nawa sa'yo ay maiparanas.

Hipo

Mararamdaman ang kakaibang sensasyon,
Na dulot ng kamay na mapanlinlang,
Gumuguhit ang kiliti sa aking puson,
Sa bawat galaw na tila alon.

Mapapansin mo na ako'y pawisan,
Balat kong makinis ay parang natutunaw,
Paghinga ay matumal, kinikilabutan,
Inaabangan ang pag-agos ng sabaw.

Makikita sa iyong mga mata ang pagka-ulol,
Nanginginig ka sa bawat nakaw na hagod,
Mabagal man ngunit tila may hinahabol,
Hinihintay ko ang maaari mong paghimod.

Matutunghayan ang unti-unti kong pagbasa,
Puke kong kanina pa atat sa lambing,

Abutin mo na, Kuya, ito't aking ibubuka,
Hindi mo pa ba naririnig ang aking halinghing?

Talaba

Maaari na bang tikman ang tamis at alat?
Maaari na bang hawakan ang magaspang na balat?
Ibuka mo ng mabuti at aking tutusukin,
Ang matambok mong laman ay aking kukunin.

Maaari na bang sipsipin ang malasang sabaw?
Maaari na bang lantakan ang katas na umaapaw?
Halika na, Giliw, tatampisaw tayo sa dagat,
'Wag kang mangamba, tiisin mo ang sugat.

Maaari na bang lunukin ang madulas na bahagi?
Maaari na bang kagat-kagatin ang malambot na ari?
O giliw, pagsaluhan natin ang sarap na dulot,
Magdamag nating damhin ang liyaga ng iyot.

About the Author

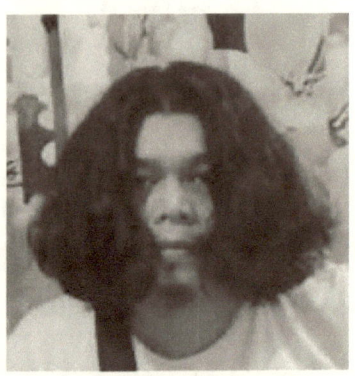

W. J. Manares

Si W. J. Manares a.k.a Willer Jun Araneta Manares ay lumabas mula sa sinapupunan ng kanyang ina noong ika-1 ng Hunyo, taong 1985. Isang hindi-gaanong-kilalang Manunula't Manunulat. Siya ay lehitimong miyembro ng ika-7 na henerasyon ng Familia Araneta sa Pilipinas. Masaya siya sa kanyang bukod-tanging pamumuhay sa probinsiya ng Aklan - ang pinakamatandang lalawigan sa bansa.

Siya ang may-akda ng mga aklat-Ukiyoto na, "Betlog", "Tanaga, Diyona... Dalit?", "Flashbacks of Flashforwards", "OTNEWUK", "Isa Sa Ilang

Paraan", "Owa't Tawo", "Pusikit", "The Extracted" at "Playing In Secret Solitude".

Kung nagustuhan mo ang aklat na ito o nais mong makipag-ugnayan sa may-akda, umpisahan mo na ngayon:

Facebook: willerjunaranetamanares

Instagram: WJManares

Twitter: WJManares

Tiktok: wjmanares

Goodreads: W.J. Manares

LinkIn: W. J. Manares

Discord: W. J. Manares, Author #3068

WhatsApp: Wastes, Junks and Messes

Blogsite: wastesjunksandmesses.blogspot.com

Email: wastesjunksandmesses@gmail.com

Website: www.wm.20m.com/WJManares.html

www.ingramcontent.com/pod-product-compliance
Lightning Source LLC
LaVergne TN
LVHW041638070526
838199LV00052B/3431